આ દુનિયામાં તારું સ્વાગત કરીએ છીએ, શિશુ!

Welcome to the world Baby

Na'ima bint Robert
Illustrated by Derek Brazell

Gujarati translation by Bhadra Patel

સોમવારની સવારે તારીક સ્કૂલે આવ્યો ત્યારે એનું મોઢું મરકમરક થતું હતું. "સાંભળો બધાં, ખબર છે શું થયું?" એ જોરથી બોલ્યો. "હું શનિવારે ઊઠ્યો અને જોયું તો મારાં મમ્મીના ખાટલામાં મારો નવો શિશુ ભાઈ હતો!"

On Monday morning, Tariq came to school with a huge smile on his face. "Guess what, everyone?" he cried. "I woke up on Saturday and my new baby brother was in my mum's bed!"

બાળકો બધાં ખુશખુશાલ થઈ ગયાં. તેમણે તારીકનાં મમ્મીને મોટાં ને મોટાં થતાં જોયાં હતાં અને તેઓ આ ખાસ દિવસની રાહ જોઈ રહ્યાં હતાં.

The children were excited. They had seen Tariq's mum getting bigger and bigger and bigger. They had been waiting for the big day.

"પેલી બેગમાં શું છે, તારીક?" તેના શિક્ષિકાબહેન મીસ સ્મિથે પૂછ્યું. "મારાં મમ્મીએ મને આ ખજૂર આપી છે અને બધાં સાથે વહેંચીને ખાવાનું કહ્યું છે. અમે નવા જન્મેલા શિશુને થોડીક પોચીપોચી ખજૂર ખવડાવીએ, એ જ એનો સૌથી પહેલો સ્વાદ!"

"What's in the bag, Tariq?" asked his teacher, Miss Smith. "My mum gave me these dates to share with everyone. We give a new baby a soft piece of date, the first thing they will ever taste."

બધાં બાળકોએ અકેક ખજૂર ખાધી.
હમમમમ, એ સ્વાદમાં મીઠી અને સુંવાળી હતી.

The children all had a date.
Hmmm, it tasted sweet and smooth.

બાળકો સ્કૂલમાં પાંચ ઇન્દ્રિયો વિશે શીખી રહ્યાં હતાં અને તેમને બધાંને સ્વાદ (ચાખવું), સ્પર્શ (અડકવું), દર્શન (જોવું), શ્રવણ (સાંભળવું) અને સુગંધ (સૂંઘવું) વિશે ખબર હતી.

The children had been learning about the five senses in school and they all knew about tasting, touching, seeing, hearing and smelling.

"તમારાંમાંથી કોને ત્યાં થોડા વખત પહેલાં જ નવાં શિશુ ભાઈ કે બહેન જન્મ્યાં છે?" મીસ સ્મિથે પૂછ્યું.
સારી સંખ્યામાં હાથ ઉપર થયેલા દેખાયા.

"How many of you have had a new baby brother or sister recently?" asked Miss Smith.
Quite a few hands shot up.

"તમે તમારાં માતાપિતાને પૂછી શકશો કે તમારા કુટુંબમાં નવા શિશુનું સ્વાગત કેવી રીતે કરવામાં આવે છે? અને કદાચ શુક્રવારે કંઈક લાવી અને તમે બધાંને તેના વિશે કશુંક કહી શકો," મીસ સ્મિથે કહ્યું.

"Can you ask your parents how you welcome new babies in your family? Maybe you can all bring something in on Friday and tell us about it," said Miss Smith.

"અમે કંઈ પણ લાવી શકીએ?" બેને પૂછ્યું.
"હા, બેન. તમને જે ગમે તે, પણ એ પાંચ ઇંદ્રિયોને લગતું હોવું જોઈએ."

"Can we bring anything?" asked Ben.
"Yes, Ben. Anything you like, as long as it's to do with the five senses!"

શુક્રવારે બધાં બાળકો કંઈક ખાસ વસ્તુ લઈને સ્કૂલે આવ્યાં. મીસ સ્મિથે તેમને ગોળાકારમાં બેસાડ્યાં.

"બાળકો," તેમણે શરૂ કર્યું, "આપણામાંનાં ઘણાંને ખબર છે કે આપણા કુટુંબમાં નવા શિશુના જન્મને લીધે કેટલી ખુશી થાય છે. બધાં માટે એ ખૂબ આનંદ અને ઉજવણીનો દિવસ હોય છે. ચાલો આપણે જોઈએ કે એકબીજાના ઘરમાં નવા શિશુ તરીકે જન્મવાથી કેવા અનુભવ થાય છે."

On Friday, all the children came to school with something extra special. Miss Smith sat them down in a circle.

"Now children," she began, "many of us know how wonderful it is to have a new baby in the family. For everyone it's a time of great joy and celebration. Let's find out what it's like to be a new baby in each other's homes."

"તો, એન-મેઈ, તમારા ઘરમાં જ્યારે નવો શિશુ જન્મે છે ત્યારે શું થાય છે?" તેમણે પૂછ્યું.
ખૂબ સાચવીને એન-મેઈએ એક ઈંડું બહાર કાઢ્યું, એક નાનકડું ઈંડું, લાલ રંગથી ચીતરેલું.

"So, An-Mei, what happens when a new baby is born in your house?" she asked.
Very carefully An-Mei brought out an egg, a little egg, painted red.

"મારાં મમ્મી અને ડેડીએ અમારાં કુટુંબીજનોને અને મિત્રોને આપેલાં ઈંડાંમાંનું આ એક ઈંડું છે. એને લાલ રંગથી ચીતરવામાં આવ્યું છે કેમકે લાલ એ શુકનનો રંગ છે. ઈંડું એ જન્મ, જીવન અને વિકાસનું ચિહ્ન છે. એને તમારા હાથથી અડી જુઓ," બ્રાયનને ઈંડું આપતાં એ બોલી.

"This is one of the eggs that my mum and dad gave as gifts to our family and friends. It is painted red, the colour of good luck. The egg stands for birth, life and growth. Touch it with your hands," she said, passing it to Brian.

"એ તો મારાં મમ્મીના ચહેરા જેટલું જ સુંવાળું છે," નાનકડા ઠંડા ઈંડા પર ધીરેધીરે હાથ ફેરવતાં બ્રાયન બોલ્યો. બીજાં બધાં બાળકોએ સ્મિત કર્યું.
"હવે, કોનો વારો છે?" મીસ સ્મિથે પૂછ્યું.

"It's so smooth, just like my mum's face," said Brian, stroking the cool little egg. The other children all smiled. "Now, who's next?" asked Miss Smith.

ધીરથી, સયદાએ એક સફેદ પરબીડિયું ખોલ્યું અને એમાંથી વાળની થોડીક લટો બહાર કાઢી, વાંકોડિયા કાળા વાળની લટો, સફેદ રીબનથી બાંધેલી.

Slowly, Saida opened a small white envelope and took out a lock of hair, a lock of curly dark hair, tied with a white ribbon.

"આ મારા શિશુ ભાઈના પહેલા વાળની થોડી લટો છે. એ જ્યારે ફક્ત સાત દિવસનો હતો ત્યારે અમ્મા અને અબ્બાએ તેનું મુંડન કર્યું હતું તેમાંથી આ વાળ સાચવી રાખ્યા છે."
"કેમ?" બેને પૂછ્યું.
"કેમકે તે વાળ એ સોનીને ત્યાં લઈ જઈને જોખાવી શકે. પછી એટલા જ વજનની ચાંદીની કિંમતના પૈસા તેમણે ગરીબોને દાનમાં આપ્યા," સયદાએ કહ્યું.

"This is some of my baby brother's first hair that was kept after Amma and Abba shaved my brother's head, when he was only seven days old."
"Why?" asked Ben.
"So that they could take it to the jewellers and weigh it. Then they gave its weight in silver to help the poor," said Saida.

તેણે વાળ કેરોલાઈનને આપતાં કહ્યું, "તારી આંગળીઓથી આને અડી જો. મારા શિશુ ભાઈના પહેલા વાળ...."

"એ કેટલા હલકા ફૂલ જેવા અને સુંવાળા છે," કેરોલાઈન નાજુક લટો પર ધીરિધીરિ હાથ ફેરવતાં બોલી.

She passed it to Caroline. "Feel it with your fingers," she said. "My baby brother's first hair..."

"It's so light and soft," Caroline said, stroking the little curl.

ત્યાર પછી ડીમિટ્રીનો વારો હતો. એણે એક નાનકડો
ડબ્બો ખોલ્યો.
તેમાં સિક્કા હતા; સોનાના અને ચાંદીના સિક્કા,
કાળા ડબ્બામાં ચળકતા હતા.

Next it was Dimitri's turn. He opened a small box.
In it were coins, gold and silver coins,
shining in the dark box.

"હું જન્મ્યો ત્યારે મારા જીવનમાં સારું ભાગ્ય લાવવા માટે મારા કુટુંબ અને મિત્રો તરફથી મને એ આપવામાં આવ્યા હતા," તેણે કહ્યું અને રાજને ડબ્બો આપ્યો.

"These coins were given by my family and friends when I was born, to bring good fortune," he said and passed the box to Raj.

"ડબ્બો ખડખડાવ અને સિક્કાનો અવાજ સાંભળ."
"એમાં તો ખણખણાટ થાય છે!" ડબ્બાને પોતાના કાનની પાસે મૂકતાં
રાજ બોલ્યો.

"Shake the box and listen to the sound the coins make."
"It jingle-jangles!" cried Raj, putting his ear close to the box.

નાદિયા શરમાતાં બોલી.

"મીસ," તેણે કહ્યું, "હું પણ કંઈક લાવી છું."

તેણે એક થેલી ઊંચકી અને તેમાંથી એક જમ્પર ખેંચી કાઢ્યું, એક મોટું ગરમ જમ્પર જેને ઘણો પ્યાર મળ્યો હોય તેવું લાગતું હતું.

Nadia spoke up, shyly.
"Miss," she said, "I've got something."
She picked up a bag and pulled out
a jumper, a big warm jumper that looked
as though it had seen a lot of love.

"આ મારા ડેડીનું જમ્પર છે," તેણે કહ્યું. "હું જ્યારે જન્મી ત્યારે મને તેમાં વીંટી દીધી હતી, અને મને ત્રણ ખાસ નામ અપાયાં હતાં."

"This is my dad's jumper," she said. "When I was born, I was wrapped in it, and given three special names."

તેણે જમ્પર સારાને આપ્યું.
"તારી આંખો બંધ કર અને તેને સૂંધી જો," તે
સાવ ધીમા સાદે બોલી. "એમાં મારા ડેડી જેવી
મજબૂત અને સલામત સુગંધ ભરી છે."

She passed it to Sara.
"Close your eyes and smell it," she
whispered. "It smells strong and safe
like my dad."

સારાએ આંખો મીંચી દીધી અને ઊંડો શ્વાસ લેતાં બોલી,
"હમમમમ, નવા જન્મેલા શિશુ માટે કેટલી સુંદર સુગંધ!"

Sara closed her eyes and breathed in deeply.
"Hmmm," she sighed, "what a lovely smell
for a newborn baby!"

છેલ્લે એલિમાનો વારો હતો.
પોતાની બેગમાંથી એણે એક પાંદડું કાઢ્યું, કુંવારનું નાનકડું પાંદડું.
"હું જ્યારે જન્મ્યો, ત્યારે મને આ થોડું પાયું હતું," તેણે કહ્યું. "ચાખી જો."
એણે પાંદડું દબાવ્યું અને મોનાની આંગળીઓ પર થોડોક રસ પડ્યો.

Finally it was Elima's turn.
From his bag, he brought out a leaf, a small aloe leaf.
"When I was born, I was given some of this," he said. "Taste it."
He squeezed it and some juice fell onto Mona's fingers.

કેટલો ય સરસ હશે સમજી મોના એને ચાટી ગઈ.
"અરરરર! કેટલો બધો કડવો," એ પોતાનું મોઢું લૂછતાં ચિત્કારી ઊઠી.

Eagerly she tasted it.
"Urghh! It's *so* bitter," she cried, wiping her mouth.

"એ શિશુને શીખવવા માટે કે જીવન કડવું હોઈ શકે છે, પણ…"
મધની નાની બરણી કાઢતાં એ બોલ્યો, "એ મીઠું પણ હોઈ શકે છે!"

"That is to teach the baby that life can be bitter, but..." he said,
bringing out a little pot of honey, "it can also be sweet!"

મોનાએ જલદીથી મીઠા મધનો એક ચમચો ચાટીને કુંવારના સ્વાદને મોઢામાંથી દૂર કર્યો.

Mona was quick to get rid of the aloe taste with a spoonful of delicious honey.

"મીસ!" ક્વેસી બોલી ઊઠી, "આપણે આપણી બધી ઇંદ્રિયોને વાપરી છે, ખરું ને?"
"હા, એ ખરું છે, ક્વેસી," ચહેરા પર એક મોટા સ્મિત સાથે મીસ સ્મિથે કહ્યું.

"Miss!" cried Kwesi, "we've used all of our senses, haven't we?"
"That's right, Kwesi," said Miss Smith, with a huge smile on her face.

"તમે બધાંએ આજે ખૂબ સરસ કામ કર્યું છે! એ બદલ પાંચ ઇંદ્રિયોની ઉજવણી કરવા ટર્મની આખરે એક ખાસ પાર્ટી તમને આપવામાં આવશે."
"હુરે!" બધાંએ ખુશ થતાં કહ્યું.
"અને," મીસ સ્મિથે કહ્યું, "ત્યારે આપણે ત્યાં એક અણધાર્યા મહેમાન આવશે."
કોણ હશે? બધાં વિચારમાં પડી ગયાં.

"Well done, all of you! As a special treat, we'll have a Five Senses party at the end of term."
"Hooray!" they all cheered.
"And," said Miss Smith, "we'll have a surprise visitor."
They all wondered who that could be.

ટર્મના છેલ્લા દિવસે, બધાં બાળકો પાંચ ઇંદ્રિયોની ખાસ પાર્ટી માણી રહ્યાં હતાં, ત્યાં તો દરવાજે ટકોરો પડ્યો.
"એ કોણ હોઈ શકે?" ચહેરા પર મોટા સ્મિત સાથે મીસ સ્મિથે પૂછ્યું.

On the last day of term, while the children were enjoying their special Five Senses party, there was a knock at the door.
"Who can that be?" asked Miss Smith with a big smile.

ધીરેથી દરવાજો ખૂલ્યો. એ તો તારીકનાં મમ્મી હતાં અને સાથે ... નવો શિશુ!
બાળકો આનંદથી ચિત્કારી ઊઠ્યાં, "આ દુનિયામાં તારું સ્વાગત કરીએ છીએ,
શિશુ, આ દુનિયામાં તારું સ્વાગત છે!" બધાંએ ગાવા માંડ્યું.

Slowly the door opened.
It was Tariq's mum with ... the new baby!
The children cheered.
"Welcome to the world, baby, welcome to
the world!" they all sang.

તારીકનાં મમ્મી અને તેનો નવો શિશુ ભાઈ પાર્ટીમાં જોડાયાં. અને તમને ખબર છે, કોઈ પણ નવા શિશુને આથી વધુ સરસ આવકાર નહીં મળ્યો હોય!

Tariq's mum and his new baby brother came and joined the party.
And do you know, it was the nicest welcome any baby had ever had!